AF375440

An English-Tagalog Children Book

My FIRST FILIPINO BOOK

By: Peony Samoza

About the AUTHOR

Peany is a wife and a mother. She works as a clinical nurse specialist and a content writer. Living in a foreign land, her first children's book is inspired and crafted by the love of her son, Francesco. She dreams to write a book for children that remind them of their origin, community, and ethnos.

Peany loves art, reading books, and connecting with nature! During her days off, she spends quality time with her son and husband, Kinny - watching movies over popcorn and a tub of ice cream!

Numbers
Bilang

ONE
Isa

TWO
Dalawa

Numbers
Bilang

3

THREE
Tatlo

4

FOUR
Apat

Numbers
Bilang

5
FIVE
Lima

6
SIX
Anim

Numbers
Bilang

7
SEVEN
Pito

8
EIGHT
Otso

Numbers
Bilang

9

NINE
Siyam

10

TEN
Sampu

Colors
Kulay

RED
Pula

PURPLE
Morado

Colors
Kulay

YELLOW
Dilaw

BLUE
Asul

Colors
Kulay

ORANGE
Kahel

GREEN
Berde

Colors
Kulay

BLACK
Itim

BROWN
Kayumanggi

Shapes
Hugis

RECTANGLE
Parihaba

TRIANGLE
Tatsulok

CIRCLE
Bilog

SQUARE
Parisukat

HEART
Puso

HEXAGON
Eksagono

STAR
Tala

OVAL
Habilog

Parts of the House
Bahagi ng Bahay

BEDROOM
Kwarto

KITCHEN
Kusina

Parts of the House
Bahagi ng Bahay

BATHROOM
Banyo

LIVING ROOM
Sala

Parts of the House
Bahagi ng Bahay

DINING ROOM
Hapag-Kainan

GARDEN
Hardin

Parts of the House
Bahagi ng Bahay

BALCONY
Balkonahe

GARAGE
Garahe

Things
Gamit

BLANKET
Kumot

LAMP
Lampara

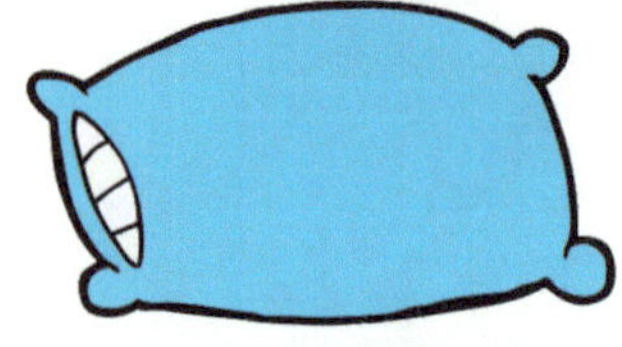

PILLOW
Unan

TOWEL
Tuwalya

Things
Gamit

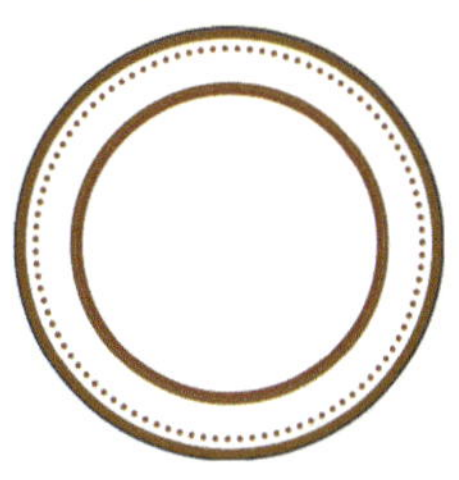

PLATE
Plato

CUP
Tasa

SPOON
Kutsara

FORK
Tinidor

NIPA HUT
Bahay Kubo

TREE
Puno

FLAG
Watawat

BASKET
Bayong

Things
Gamit

CLOCK
Orasan

BOOK
Libro

WINDOW
Bintana

CALENDAR
Kalendaryo

Things
Gamit

FAN
Paypay

HAT
Salakot

BROOM
Walis

POT
Palayok

Things
Gamit

DIPPER
Tabo

SLIPPERS
Tsinelas

WATER PUMP
Poso

BELL
Kampana

Things
Gamit

FLOWER
Bulaklak

STAMP
Selyo

UMBRELLA
Payong

ROSARY
Rosaryo

Place
Lugar

CHURCH
Simbahan

SCHOOL
Paaralan

HOSPITAL
Ospital

Place
Lugar

PLAYGROUND
Palaruan

Place
Lugar

BEACH
Dagat

Place
Lugar

AIRPORT
Paliparan

Place
Lugar

FARM
Sakahan

Vehicles
Sasakyan

BUS
Bus

AIRPLANE
Eroplano

Vehicles
Sasakyan

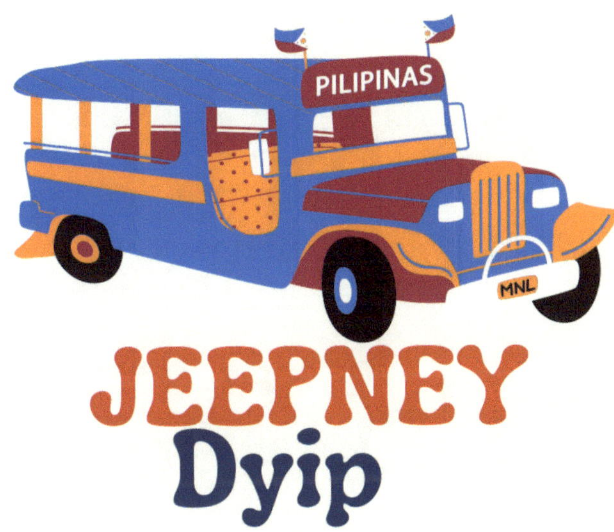

JEEPNEY
Dyip

BICYCLE
Bisikleta

Vehicles
Sasakyan

HELICOPTER
Helikopter

BOAT
Bangka

Vehicles
Sasakyan

TRICYCLE
Traysikel

CAR
Kotse

Vehicles
Sasakyan

TRAIN
Tren

TAXI
Taksi

Animal
Hayop

BUTTERFLY
Paruparo

COW
Baka

Animal
Hayop

EAGLE
Agila

DUCK
Bibe

Animal
Hayop

WILD BOAR
Baboy-ramo

TARSIER
Mamag

Animal Hayop

FISH
Isda

SPIDER
Gagamba

Animal
Hayop

CAT
Pusa

DOG
Aso

Vegetable
Gulay

LADY'S FINGER
Okra

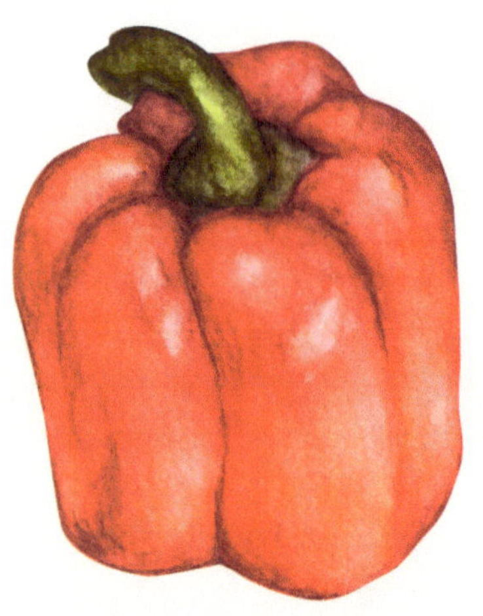

BELL PEPPER
Siling Bilog

Vegetable
Gulay

Vegetable
Gulay

MUNG BEANS
Monggo

MUSHROOM
Kabute

Vegetable
Gulay

SWEET POTATO
Kamote

SQUASH
Kalabasa

Food
Pagkain

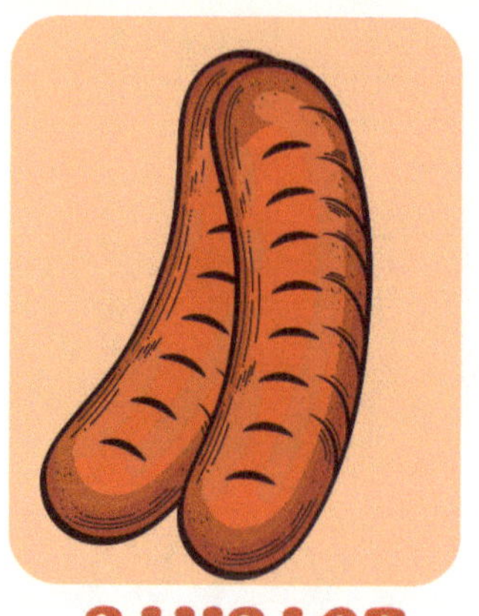

SAUSAGE
Longganisa

PEANUTS
Mani

CHICKEN
Manok

ROAST PORK
Lechon

Food
Pagkain

ICE CREAM
Sorbetes

BREAD
Tinapay

MILK
Gatas

SOUP
Sopas

Food Pagkain

EGG
Itlog

CHEESE
Keso

RICE
Kanin

BEEF STEAK
Bistek

Activity
Gawain

EATING
Kumakain

Activity
Gawain

STUDYING
Nag-aaral

Activity
Gawain

PLAYING
Naglalaro

PRAYING
Nagdadasal

BRUSHING TEETH
Nagsisipilyo

Activity
Gawain

SLEEPING
Natutulog

Activity
Gawain

HANDWASHING
Naghuhugas ng kamay

TONGUE
Dila

EYE
Mata

Vehicles
Sasakyan

HELICOPTER
Helikopter

BOAT
Bangka

BODY PARTS
Bahagi ng Katawan

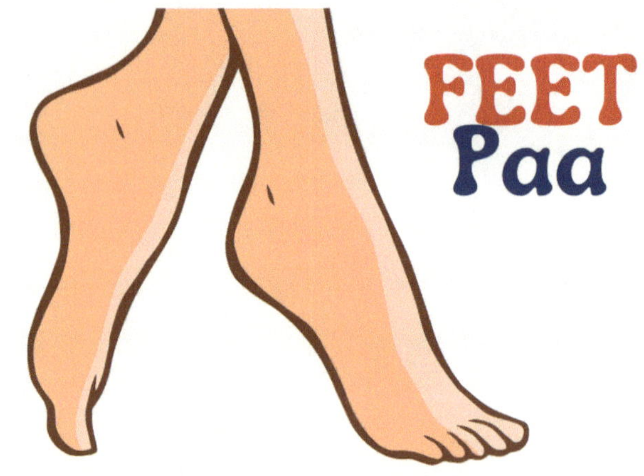

FEET
Paa

LIPS
Labi

BODY PARTS
Bahagi ng Katawan

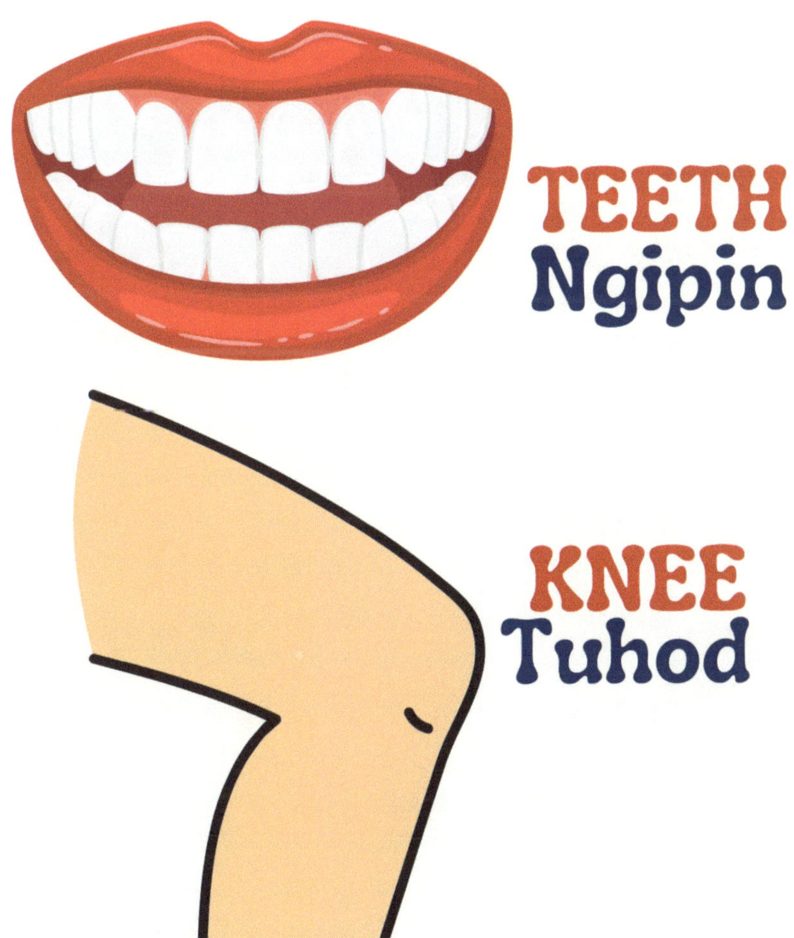

TEETH
Ngipin
KNEE
Tuhod

BODY PARTS
Bahagi ng
Katawan

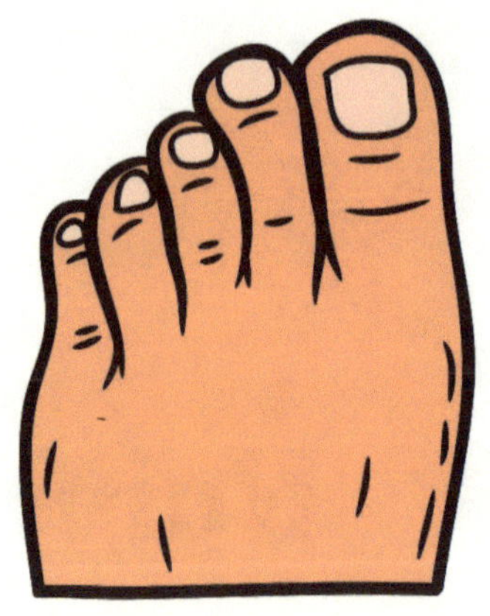

NAILS
Kuko

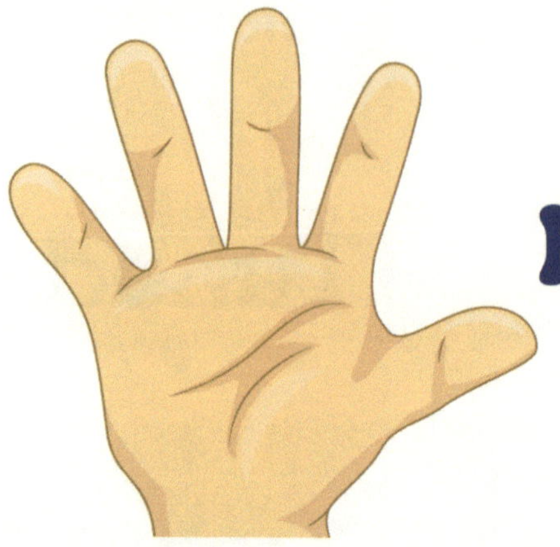

HAND
Kamay

WEATHER / CLIMATE
Panahon
RAINY
Ulan

WEATHER / CLIMATE
Panahon

STORMY
Mabagyo

WEATHER /
CLIMATE
Panahon

WINDY
Mahangin

WEATHER /
CLIMATE
Panahon
CLOUDY
Maulap

WEATHER / CLIMATE
Panahon

WINTER
Taglamig

WEATHER / CLIMATE
Panahon

SPRING
Tagsibol

WEATHER /
CLIMATE
Panahon

SUMMER
Tag-init

WEATHER /
CLIMATE
Panahon
FALL
Taglagas

SHIRT
Kamiseta

UNDERSHIRT
Sando

Clothes
Damit

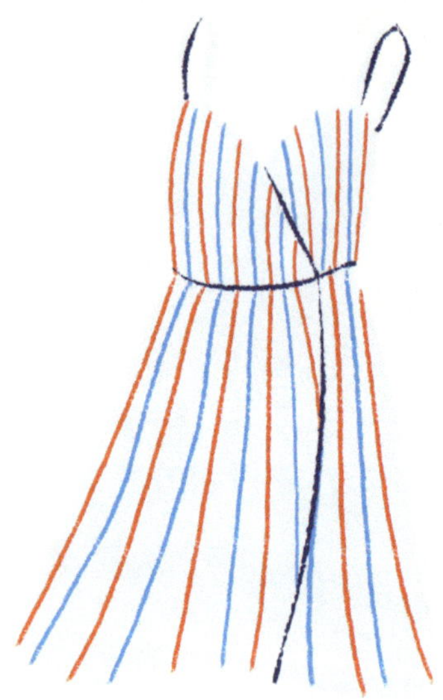

DRESS
Bestida

PAJAMA
Padyama

Clothes
Damit

SOCKS
Medyas

TROUSERS
Pantalon

Clothes Damit

SHORTS
Korto

SKIRT
Palda

LUPANG HINIRANG:
Ang Pambansang Awit ng Pilipinas
(National Anthem of the Philippines)

Bayang magiliw
Perlas ng Silanganan
Alab ng puso
Sa dibdib mo'y buhay

Lupang hinirang
Duyan ka ng magiting
Sa manlulupig
Di ka pasisiil

Sa dagat at bundok
Sa simoy at sa langit mong bughaw;
May dilag ang tula
At awit sa paglayang minamahal.

Ang kislap ng watawat mo'y
Tagumpay na nagniningning,
Ang bituin at araw niya
Kailan pa ma'y di magdidilim.

Lupa ng araw, ng luwalhati't pagsinta,
Buhay at langit sa piling mo;
Aming ligaya na pag may mang-aapi
Ang mamatay ng dahil sa iyo.

Panatang Makabayan
(Patriotic Oath of the Philippines)

Panatang Makabayan
Iniibig ko ang Pilipinas
Aking lupang sinilangan
Tahanan ng aking lahi
Kinukupkop ako at tinutulungang
Maging malakas, masipag at marangal

Dahil mahal ko ang Pilipinas
Diringgin ko ang payo ng aking
magulang
Susundin ko ang tuntunin ng paaralan
Tutuparin ko ang mga tungkulin ng
isang mamamayang makabayan,
Naglilingkod, nag-aaral at nagdarasal
nang buong katapatan.

Iaalay ko ang aking buhay, pangarap,
pagsisikap
Sa bansang Pilipinas.

Maraming Salamat!